Impressum
Verlag: BABADADA GmbH, Nedderfeld 112 , 22529 Hamburg
Geschäftsführer / Verlagsleitung: Harald Hof
Druck: Books on Demand GmbH, In de Tarpen 42, 22848 Norderstedt

Imprint
Publisher: BABADADA GmbH, Nedderfeld 112 , 22529 Hamburg, Germany
Managing Director / Publishing direction: Harald Hof
Print: Books on Demand GmbH, In de Tarpen 42, 22848 Norderstedt

sajili
教室

kugawanya
除

186/2

ubao
黑板

eneo la shule
校园

mwalimu
老师

karatasi
纸

kuandika
书写

kalamu
钢笔

dawati
办公桌

rula
直尺

kitabu
书

mwanafunzi
学生

mkoba

书包

kikasha cha penseli

铅笔盒

penseli

铅笔

kichonga penseli

卷笔刀

mpira

橡皮擦

pedi ya kuchora

画板

uchoraji

图画

brashi ya rangi

画笔

sanduku la rangi

颜料盒

mkasi

剪刀

gundi

胶水

daftari

练习册

kazi ya nyumbani

家庭作业

nambari

数字

jumlisha

加

ondoa

减

zidisha

乘

kokotoa

计算

barua

字母

alfabeti

字母表

neno

字

maandishi

课文

kusoma

读

chaki

粉笔

somo

上课

sajili

登记

uchunguzi

考试

cheti

证书

sare za shule

校服

elimu

教育

elezo

百科全书

chuo kikuu

大学

darubini

显微镜

ramani

地图

kikapu cha kuweka karatasi chafu

废纸筐

hoteli
酒店

hosteli
青年旅社

ofisi ya ubadilishanaji
外币兑换处

sanduku
手提箱

gari
汽车

lugha

语言

ndiyo / la

是/否

sawa

好的

hujambo

您好

mtafsiri

翻译员

Asante

谢谢

kiasi gani ni ...?

……多少钱？

Sielewi

我不明白

tatizo

问题

Jioni njema!

晚上好！

Habari za asubuhi!

早上好！

Usiku mwema!

晚安！

kwa heri

再见

mwelekeo

方向

mizigo

行李

mfuko

包

shanta

双肩包

mgeni

客人

chumba

房间

begi la kulalia

睡袋

hema

帐篷

taarifa ya utalii

旅游信息

ufuo

海滩

kadi

信用卡

kifunguakinywa

早餐

chakula cha mchana

午餐

chakula cha jioni

晚餐

tiketi

票

kuinua

电梯

muhuri

邮票

mpaka

边界

mila

海关

ubalozi

大使馆

visa

签证

pasipoti

护照

ndege
飞机

meli
船

injini ya moto
消防车

basi
公交车

lori
卡车

motaboti
汽艇

baiskeli
自行车

gari
汽车

feri

摆渡船

mashua

小船

pikipiki

摩托车

gari la polisi

警车

gari la mashindano

赛车

gari la kukodisha

租车

kushiriki gari

拼车

lori la kuvuta

拖车

ukusanyaji taka

垃圾车

motor

发动机

mafuta

汽油

kituo cha mafuta

加油站

ishara trafiki

交通标志

trafiki

交通

msongamano

交通堵塞

maegesho

停车场

kituo cha treni

火车站

reli

轨道

garimoshi

火车

tremu

电车

gari la mizigo

货车

helikopta

直升机

uwanja wa ndege

机场

mnara

塔

abiria

乘客

chombo

集装箱

katoni

纸板箱

mkokoteni

手推车

kikapu

篮子

ondoka

起飞/降落

jiji

城市

kijiji

村庄

katikati ya jiji

市中心

nyumba

房子

sinema
电影院

tangazo
广告

taa za mitaani
路灯

barabara
街道

teksi
出租车

duka la vitafunio
小吃店

mtembea kwa miguu
行人

njia ya waenda kwa miguu
人行道

kivuko
斑马线

pipa
垃圾箱

kuvuka
十字路口

taa za trafiki
红绿灯

kibanda

小屋

gorofa

公寓

kituo cha treni

火车站

ukumbi wa mji

市政厅

Makavazi

博物馆

shule

学校

chuo kikuu

大学

benki

银行

hospitali

医院

hoteli

酒店

duka la dawa

药房

ofisi

办公室

duka la kitabu

书店

duka

商店

duka la maua

花店

dukakuu

超市

soko

市场

idara ya kuhifadhi

百货商店

mwuza samaki

鱼店

kituo cha ununuzi

购物中心

bandari

海港

Hifadhi

公园

benki

长凳

daraja

桥

vidato

楼梯

chini ya ardhi

地铁

handaki

隧道

kituo cha mabasi

公交车站

bar

酒吧

mgahawa

餐馆

sanduku la posta

邮筒

ishara ya barabara

路标

mita ya maegesho

停车计时器

bustani ya wanyama

动物园

kidimbwi cha kuogelea

游泳馆

msikiti

清真寺

shamba

农场

uchafuzi

污染

makaburini

墓地

kanisa

教堂

uwanja wa michezo

操场

hekalu

寺庙

mazingira

地形

jani
树叶

ishara ya mwelekeo
指示牌

njia
路

malisho
草地

jiwe
石头

mti
树

mtembeaji wa masafa
徒步旅行者

mto
河

nyasi
草

ua
花

bonde

峡谷

kilima

山

ziwa

湖

msitu

森林

jangwa

沙漠

volkano

火山

ngome

城堡

upinde wa mvua

彩虹

uyoga

蘑菇

mtende

棕榈树

mbu

蚊子

kuruka

苍蝇

chungu

蚂蚁

nyuki

蜜蜂

buibui

蜘蛛

mende

甲虫

chura

青蛙

kuchakuro

松鼠

nungunungu

刺猬

sungura

野兔

bundi

猫头鹰

ndege

鸟

swan

天鹅

nguruwe mwitu

野猪

kulungu

鹿

aina ya kongoni

麋鹿

bwawa

水坝

tabo ya upepo

风力发电机

nishaji ya jua

太阳能电池板

hali ya hewa

气候

mhudumu
服务员

menyu
菜单

kiti
椅子

supu
汤

piza
披萨饼

vilia
餐具

kitambaa cha mezani
桌布

kiamsha hamu

前菜

kozi kuu

主菜

kitindamlo

甜点

vinywaji

饮料

chakula

食物

chupa

瓶子

chakula cha haraka

快餐

Streetfood

街边小吃

buli

茶壶

kisanduku cha sukari

糖盒

sehemu

一份饭菜

mashine ya espresso

意式咖啡机

kiti kirefu

高脚椅

muswada

账单

trei

托盘

kisu

刀

uma

餐叉

kijiko

勺子

kijiko cha chai

茶匙

nepi

餐巾

glasi

玻璃杯

sahani

碟子

sahani ya supu

汤盘

sufuria

碟子

mchuzi

酱

kichanyaji chumvi

盐瓶

kinu cha pilipili

胡椒磨

siki

醋

mafuta

食用油

viungo

调味料

kechapu

番茄酱

haradali

芥末

kachumbari nzito

蛋黄酱

ofa maalum
特价

mteja
顾客

maziwa
乳制品

matunda
水果

toroli
购物车

FOR

mchinjaji

肉铺

mwokaji

面包房

uzito

称重

mboga

蔬菜

nyama

肉

chakula waliohifadhiwa

冷冻食品

pande vya nyama baridi

冷盘

chakula cha kopo

罐头食品

sabuni ya unga

洗衣粉

pipi

甜食

bidhaa za kaya

日用品

bidhaa za kusafisha

清洁用品

mtu mauzo

销售员

mpaka

收银机

keshia

收银员

orodha ya manunuzi

购物清单

masaa ya ufunguzi

开放时间

mkoba

钱包

kadi

信用卡

mfuko

袋子

mfuko wa plastiki

塑料袋

maji

水

sharubati

果汁

maziwa

牛奶

coke

可乐

mvinyo

红酒

bia

啤酒

pombe

酒

kakao

可可

chai

茶

kahawa

咖啡

spreso

意式浓缩咖啡

kapuchino

卡布奇诺

ndizi

香蕉

tufaha

苹果

machungwa

橙子

tikiti

西瓜

lemon

柠檬

karoti

胡萝卜

kitunguu saumu

大蒜

mianzi

竹子

kitunguu

洋葱

uyoga

蘑菇

karanga

坚果

nudo

面条

spageti

意大利面条

mpunga

米饭

saladi

沙拉

vibanzi

薯条

viazi vya kukaanga

炸土豆

piza

披萨饼

hambaga

汉堡包

sandwichi

三明治

kipande

炸猪排

paja la mnyama

火腿

salami

萨拉米

soseji

香肠

kuku

鸡肉

choma

烤肉

samaki

鱼

oats ya uji

燕麦片

muesli

穆兹利

cornflakes

玉米片

unga

面粉

kroisanti

羊角面包

andazi

面包卷

mkate

面包

mkate wa kubanika

烤面包

biskuti

饼干

siagi

黄油

maziwa mgando

凝乳

keki

蛋糕

yai

蛋

yai kukaanga

煎蛋

jibini

奶酪

aiskrimu

冰激凌

sukari

糖

asali

蜂蜜

jemu

果酱

kuenea kwa chokoleti

巧克力酱

mchuzi wa viungo

咖喱饭

chakula - 食物

nyumba ya kilimo
农舍

ghalani
粮仓

majani bale
稻草捆

uwanja
田野

farasi
马

trela
拖车

trekta
拖拉机

mtoto
马驹

punda
驴

kondoo
羊

mwanakondoo
羔羊

mbuzi

山羊

ng'ombe

奶牛

ndama

牛犊

nguruwe

猪

mwananguruwe

小猪

fahali

公牛

batabukini

鹅

bata

鸭

kifaranga

小鸡

kuku

母鸡

jogoo

公鸡

panya

鼠

paka

猫

panya

老鼠

ng'ombe

牛

mbwa

狗

nyumba ya mbwa

狗屋

bomba la bustani

花园浇水软管

debe la kumwagilia maji

洒水壶

fyekeo

长柄大镰刀

kulima

犁

mundu

镰刀

jembe

锄头

uma wa nyasi

长柄草耙

shoka

斧头

toroli

独轮手推车

kupitia nyimbo

饲料槽

chombo cha maziwa

牛奶罐

gunia

麻布袋

ua

栅栏

imara

马厩

chafu

温室

udongo

土壤

mbegu

种子

mbolea

肥料

kivunaji

联合收割机

mavuno

收割

mavuno

收割

viazi vikuu

山药

ngano

小麦

soya

大豆

viazi

土豆

mahindi

玉米

rapa

油菜籽

mti wa matunda

果树

muhogo

树薯

nafaka

谷物

chimni
烟囱

paa
屋顶

bomba la maji ya mvua
落水管

dirisha
窗户

gareji
车库

kengele ya mlangoni
门铃

mlango
门

pipa la taka
垃圾桶

sanduku la barua
信箱

bustani
花园

sebuleni

客厅

bafu

浴室

jikoni

厨房

chumba cha kulala

卧室

chumba ya mtoto

儿童房

chumba cha kulia

餐厅

sakafu

地板

ukuta

墙壁

dari

吊顶

pishi

地窖

sauna

桑拿

roshani

阳台

mtaro

露台

kidimbwi

游泳池

mashine ya kukata nyasi

割草机

karatasi

被单

kitambaa cha kupamba
kitanda

床罩

kitanda

床

ufagio

扫帚

ndoo

水桶

kubadili

开关

mandhari
壁纸

picha
照片

taa
台灯

rafu
搁架

kabati
橱柜

televisheni/runinga
电视机

mekoni
壁炉

ua
花

mto
垫子

sofa
沙发

chombo cha maua
花瓶

kitenzambali
遥控器

zulia

地毯

pazia

窗帘

meza

餐桌

kiti

椅子

kiti cha bembea

摇椅

armchair

扶手椅

kitabu

书

blanketi

毯子

mapambo

装饰品

kuni

木柴

filamu

电影

kifaa cha hi-fi

高保真音响

ufunguo

钥匙

gazeti

报纸

uchoraji

油画

bango

海报

redio

收音机

daftari

笔记本

kifyonza

吸尘器

dungusi kakati

仙人掌

mshumaa

蜡烛

jokofu
冰箱

kikanza
微波炉

wadogo jikoni
厨房秤

kibaniko
烤面包机

sabuni
洗洁精

stovu
烤箱

friza
冰柜

pipa la taka
垃圾桶

mashine ya kuoshea vyombo
洗碗机

jiko la kupika

炊具

chungu

锅

sufuria ya chuma

铸铁锅

wok / kadai

炒锅

kaango

平底锅

birika

水壶

stima

蒸锅

sinia ya kuoka

烤盘

vyombo vya udongo

陶瓷锅

kombe

马克杯

bakuli

碗

vijiti vya kulia

筷子

ukawa

长柄勺

mwiko mpana

铲子

burashi

搅拌器

kichujio

滤网

chujio

筛子

mbuzi

磨碎机

chokaa

研钵

barbeque

烧烤

moto wazi

明火

ubao wa majaribio

菜板

kijiti cha kusukuma unga

擀面杖

kizibuo

开瓶器

kopo

罐子

inaweza kopo

开罐器

kishikio cha chungu

隔热手套

karo

水槽

brashi

刷子

sifongo

海绵

kisagaji matunda

搅拌机

friji ya kina

冷藏箱

chupa ya mtoto

奶瓶

bomba

水龙头

joto
供暖设备

mfereji wa kuogea
淋浴

taulo
毛巾

pazia la kuogea
浴帘

maji ya kuoga yenye povu
泡沫浴

hodhi
浴缸

glasi
玻璃杯

mashine ya kuosha
洗衣机

bomba
水龙头

vigae
瓷砖

poti
便壶

karo
水槽

choo

厕所

choo cha squat

蹲便器

beseni la mviringo

坐浴器

choo cha umma

小便池

shashi

厕纸

brashi ya choo

马桶刷

mswaki

牙刷

dawa ya meno

牙膏

dawa ya meno

牙线

safisha

洗

kuoga mkono

手持式喷淋头

msukumo wa maji

冲洗器

bonde

洗脸盆

mpako wa pili

擦背刷

sabuni

肥皂

jeli ya kuogea

沐浴露

shampuu

洗发水

flana

法兰绒

toa maji

排水

krimu

乳霜

kiondoa harufu

除臭剂

kioo

镜子

kioo mkono

手镜

kinyozi

剃须刀

povu la kunyoa

剃须泡沫

baada ya kunyoa

须后水

kichana

梳子

brashi

刷子

kikausha nywele

吹风机

marashi ya nyewele

喷发定型剂

vipodozi

化妆品

kidomwa

唇膏

varnish ya msumari

指甲油

pamba

化妆棉

mkasi wa kucha

指甲剪

manukato

香水

mkoba wa kuosha

洗漱包

kinyesi

凳子

mizani

计重秤

nguo ya kuoga

浴袍

glavu za mpira

橡胶手套

kisodo

卫生棉条

sodo

卫生巾

kemikali choo

化学厕所

saa ya kengele
闹钟

kidoli cha kupakata
毛绒玩具

gari bandia
玩具车

kelele
拨浪鼓

chumba cha midoli
玩具屋

sasa
礼物

baluni
气球

kitanda
床

mashua
（洋娃娃用）婴儿车

staha ya kadi
扑克牌

mchezo-fumb
拼图

vichekesho
漫画

matofali lego

乐高积木

vitalu mwigo

积木玩具

hatua takwimu

玩具人

suti ya kulalia

婴儿服

kisahani

飞盘

simu

床铃玩具

ubao wa michezo

棋盘游戏

kete

骰子

garimoshi mwigo

火车模型

dummy

安抚奶嘴

chama

聚会

picha kitabu

绘本

mpira

球

kikaragosi

洋娃娃

kucheza

玩

shimo la mchanga

沙坑

bembea

秋千

vitu bandia

玩具

kiweko cha video ya mchezo

游戏机

baiskeli ya magurudumu

三轮车

matatu

mwanasesere

泰迪熊

kabati

衣柜

nguo

衣服

soksi

袜子

stokingi

长袜

kibano

紧身裤

skafu
围巾

mwavuli
雨伞

ukanda
皮带

fulana
T恤

wakufunzi
运动鞋

viatu
靴子

ndara
拖鞋

malapa
凉鞋

viatu
鞋

mabuti ya mpira
雨靴

suruali ya ndani
内裤

sidiria
胸罩

fulana
背心

mwili

身体

suruali

裤子

dangirizi

牛仔裤

sketi

短裙

blauzi

女式衬衫

shati

衬衫

vuta

套头衫

sweta

卫衣

bleza

西装夹克

jaketi

夹克

koti

外套

koti la mvua

雨衣

maleba

套装

gauni

连衣裙

mavazi ya harusi

婚纱

suti

西装

vazi la usiku

睡袍

pajama

睡衣

sari

莎丽

skafu

头巾

kilemba

包头巾

burka

波卡

kaftan

卡夫坦

abaya

(阿拉伯式)长袍长袍

vazi la kuogelea

泳衣

vazi la kiume la kuogelea

男式泳裤

kaptura

短裤

teitei

运动服

aproni

围裙

glavu

手套

kifungo

纽扣

glasi

眼镜

bangili

手链

mkufu

项链

pete

戒指

herini

耳环

kofia

便帽

kiango cha koti

衣架

kofia

帽子

tai

领带

zipu

拉链

kofia

头盔

kanda za suruali

背带

sare za shule

校服

sare

制服

bibu

围兜

dummy

安抚奶嘴

nepi

尿不湿

ofisi
办公室

seva
服务器

kabati la kuweka faili
文件柜

kichapishaji
打印机

kiwambo
显示屏

karatasi
纸

kipanya
鼠标

dawati
办公桌

folda
文件夹

kibodi
键盘

cha kuweka karatasi chafu

kiti
椅子

kompyuta
电脑

kmobe la kahawa

咖啡杯

kikokotoo

计算器

biashara

因特网

mbali

笔记本电脑

barua

信件

ujumbe

消息

rununu

手机

intaneti

网络

fotokopia

复印机

programu

软件

simu

电话

soketi

插座

kipepesi

传真机

fomu

表格

hati

文件

kununua

买

kulipa

付钱

biashara

交易

fedha

现金

dola

美元

yuro

欧元

yeni

日元

rouble

卢布

faranga ya Uswisi

瑞士法郎

renminbi yuan

人民币

rupia

卢比

eneo la kulipia

提款处

ofisi ya ubadilishanaji

外币兑换处

dhahabu

金

fedha

银

mafuta

石油

nishati

能源

bei

价格

mkataba

合同

kodi

税金

bidhaa

股票

kazi

工作

mfanyakazi

职员

mwajiri

老板

kiwanda

工厂

duka

商店

mzimamoto
消防员

afisa wa polisi
警官

mpishi
厨师

daktari
医生

rubani
飞行员

mtunza bustani

园丁

seremala

木匠

mshonaji

裁缝

hakimu

法官

mwanakemia

化学家

muigizaji

演员

dereva wa basi

公交车司机

dereva wa teksi

出租车司机

mvuvi

渔夫

mwanamke wa kusafisha

清洁女工

mwezekaji

屋顶工

mhudumu

服务员

mwindaji

猎人

mchoraji

画家

mwokaji

面包师

umeme

电工

mjenzi

建筑工人

mhandisi

工程师

mchinjaji

屠夫

fundi bomba

水管工

mwanaposta

邮递员

mwanajeshi

士兵

msanifu majengo

建筑师

keshia

收银员

muuza maua

花农

msusi

理发师

kondakta

售票员

mekanika

机械师

nahodha

船长

daktari wa meno

牙医

mwanasayansi

科学家

rabbi

拉比

imamu

伊玛目

mtawa

和尚

kasisi

牧师

nyundo
铁锤

koleo
钳子

bisibisi
螺丝刀

spana
扳手

kurunzi
手电筒

mchimbaji

挖掘机

sanduku la vifaa

工具箱

ngazi

梯子

msumeno

锯子

misumari

钉子

kuchimba visima

钻机

kukarabati

修

sepetu

铲子

Lo!

靠！

kishikio cha uchafu

簸箕

chungu cha rangi

油漆桶

skurubu

螺丝

ala za muziki
乐器

spika
扬声器

mpangilio wa ngoma
打击乐器

gita
吉他

besi mara mbili
低音提琴

tarumbeta
小号

piano

钢琴

fidla

小提琴

ubeji

贝斯

timpani

定音鼓

ngoma

鼓

kibodi

电子琴

saksafoni

萨克斯管

filimbi

长笛

maikrofoni

麦克风

simbamarara
老虎

lango la kuingia
入口

ngome
笼子

pundamilia
斑马

chakula cha mifugo
动物饲料

panda
熊猫

wanyama

动物

tembo

大象

kangaruu

袋鼠

kifaru

犀牛

sokwe

大猩猩

dubu

熊

ngamia

骆驼

mbuni

鸵鸟

simba

狮子

tumbili

猴子

heroe

火烈鸟

kasuku

鹦鹉

dubu

北极熊

penguini

企鹅

papa

鲨鱼

tausi

孔雀

nyoka

蛇

mamba

鳄鱼

mtunza wanyama

动物园管理员

muhuri

海豹

jaguar

美洲豹

mwanafarasi

矮种马

chui

豹

kiboko

河马

twiga

长颈鹿

tai

老鹰

nguruwe mwitu

野猪

samaki

鱼

kobe

龟

sili

海象

mbweha

狐狸

paa

羚羊

soka ya marekani
橄榄球

uendeshaji baiskeli
骑自行车

tenisi
网球

mpira wa kikapu
篮球

kuogelea
游泳

ndondi
拳击

magongo ya barafuni
冰球

soka
英式足球

vinyoya
羽毛球

riadha
田径

mpira wa mikono
手球

skii
滑雪

polo
马球

kuruka
跳

cheka
笑

kumbatia
拥抱

kutembea
走路

kuimba
唱

ota ndoto
做梦

kuomba
祈祷

busu
亲吻

kuandika

书写

kuteka

画

angalia

展示

sukuma

推

kutoa

给

kuchukua

拿

kuwa

有

fanya

做

kuwa

当

kusimama

站

kukimbia

跑

vuta

拉

kutupa

扔

kuanguka

摔倒

hadaa

躺

kusubiri

等待

kubeba

携带

kukaa

坐

vaa nguo

穿衣

usingizi

睡觉

kuamka

醒来

kuangalia

看

lia

哭

kiharusi

抚摸

chana nywele

梳头

ongea

交谈

kuelewa

明白

kuuliza

问

kusikiliza

听

kunywa

喝

kula

吃

nadhifisha

清理

upendo

爱

mpishi

做饭

gari

开车

kuruka

飞

meli

航行

kokotoa

计算

kusoma

读

kujifunza

学习

kazi

工作

kuoa

结婚

kushona

缝

piga mswaki

刷牙

kuua

杀

moshi

抽烟

kutuma

寄

bibi
祖母

babu
祖父

baba
父亲

mama
母亲

mtoto
婴童

binti
女儿

bin
儿子

mgeni

客人

shangazi

阿姨

mjomba

叔叔

kaka

兄弟

dada

姐妹

paji la uso
前额

jicho
眼睛

uso
脸

kidevu
下巴

matiti
乳房

kidole
手指

mkono
手

mkono
手臂

bega
肩膀

mguu
腿

mtoto

婴童

mwanamume

男人

mwanamke

女人

msichana

女孩

mvulana

男孩

kichwa

头

nyuma

背部

tumbo

肚子

kitovu

肚脐

chano

脚趾

kisigino

脚后跟

mfupa

骨头

nyonga

臀部

goti

膝盖

kiwiko

手肘

pua

鼻子

chini

屁股

ngozi

皮肤

shavu

脸颊

sikio

耳朵

mdomo

嘴唇

kinywa

嘴

jino

牙齿

ulimi

舌头

ubongo

脑

moyo

心脏

misuli

肌肉

pafu

肺

ini

肝脏

tumbo

胃

figo

肾脏

jinsia

性交

kondomu

避孕套

ovari

卵子

shahawa

精子

mimba

怀孕

hedhi

月经

uke

阴道

uume

阴茎

unyusi

眉毛

nywele

头发

shingo

脖子

hospitali
医院

gari la wagonjwa
救护车

kiti cha magurudumu
轮椅

jeraha
骨折

daktari

医生

chumba cha dharura

急诊室

muuguzi

护士

dharura

紧急情况

kupoteza fahamu

昏迷

maumivu

kuumia

受伤

kutokwa na damu

出血

mshtuko wa moyo

心脏病发作

kiharusi

中风

mzio

过敏

kikohozi

咳嗽

homa

发烧

mafua

流感

kuharisha

腹泻

maumivu ya kichwa

头痛

kansa

癌症

ugonjwa wa kisukari

糖尿病

daktari mpasuaji

外科医生

kisu kidogo cha kupasulia

手术刀

operesheni

手术

picha changanufu ya mwili

CT

Eksrei

X光

mawimbi sauti

超声波

barakoa ya uso

口罩

ugonjwa

疾病

chumba cha kusubiri

候诊室

mkongojo

拐杖

plasta

石膏

bendeji

绷带

sindano

注射

stetoskopu

听诊器

machela

担架

kipimajoto cha kliniki

体温计

kuzaliwa

出生

unene kupita kiasi

超重

kusikia misaada

助听器

kipukusi

消毒液

maambukizi

感染

virusi

病毒

VVU / UKIMWI

艾滋病

dawa

药物

chanjo

接种疫苗

vidonge

药片

kidonge

药丸

simu ya dharura

急救电话

haemodainamometa

血压计

mgonjwa / mwenye afya

生病/健康

kengele

警报

pigo

突击

Msaada!

救命！

shambulizi

攻击

hatari

危险

lango la dharura

紧急出口

Moto!

着火啦！

kizima moto

灭火器

ajali

意外

vifaa vya huduma ya kwanza

急救箱

wito wa msaada

呼救信号

polisi

警察

Ulaya

欧洲

Amerika ya Kaskazini

北美洲

Amerika ya Kusini

南美洲

Afrika

非洲

Asia

亚洲

Australia

澳洲

Atlantiki

大西洋

Pasifiki

太平洋

Bahari ya Hindi

印度洋

Bahari ya Antaktiki

南冰洋

Bahari ya Aktiki

北冰洋

Ncha ya Kaskazini

北极

Ncha ya Kusini

南极

Antaktika

南极洲

dunia

地球

nchi

陆地

bahari

海

kisiwa

岛

taifa

国家

jimbo

国家

uso wa saa

钟面

akrabu ya saa

时针

akrabu ya dakika

分针

akrabu ya sekunde

秒针

Ni saa ngapi?

现在几点？

siku

天

wakati

时间

sasa

现在

saa ya dijitali

电子表

dakika

分

saa

时

Jumatatu
周一

Jumatano
周三

Ijumaa
周五

MO

W

FR

TU

TH

SA

SO

Jumanne
周二

Jumamosi
周六

Alhamisi
周四

Jumapili
周日

jana
昨天

leo
今天

kesho
明天

asubuhi
早晨

saa sita mchana
中午

jioni
晚上

siku za biashara
工作日

mwishoni mwa wiki
周末

mvua
雨

upinde wa mvua
彩虹

theluji
雪

upepo
风

majira ya machipuko
春

vuli
秋

kiangazi
夏

majira ya baridi
冬

utabiri wa hali ya hewa

天气预报

kipimajoto

温度计

mwanga wa jua

阳光

wingu

云

ukungu

雾

unyevu

潮湿

umeme

闪电

radi

打雷

dhoruba

风暴

mvua ya mawe

冰雹

monsuni

季风

mafuriko

洪水

barafu

冰

Januari

一月

Februari

二月

Machi

三月

Aprili

四月

Mei

五月

Juni

六月

Julai

七月

Agosti

八月

Septemba
九月

Oktoba
十月

Novemba
十一月

Desemba
十二月

maumbo
形状

mduara
圆形

mraba
正方形

mstatili
长方形

pembetatu
三角形

nyanja
球体

mchemraba
立方体

nyeupe

白

manjano

黄

chungwa

橙

rangi ya waridi

粉

nyekundu

红

hudhurungi

紫

bluu

蓝

kijani

绿

hanja

棕

jivujivu

灰

nyeusi

黑

mengi / kidogo

很多/少许

hasira / pole

生气/平静

nzuri / mbaya

美/丑

mwanzo / mwisho

首/尾

kubwa / ndogo

大/小

angavu / giza

明/暗

kaka / dada

兄弟/姐妹

safi / chafu

干净/肮脏

kamilika / tokamilika

完整/缺失

siku / usiku

白天/晚上

wafu / hai

死/生

pana / nyembamba

宽/窄

kulika / kutolika

可食用/非食用

ovu / ema

邪恶/善良

sisimkwa / udhika

兴奋/无聊

nene / nyembamba

胖/瘦

kwanza / mwisho

第一/最后

rafiki / adui

朋友/敌人

jaa / tupu

满/空

ngumu / laini

硬/软

nzito / nyepesi

重/轻

njaa / kiu

饿/渴

mgonjwa / mwenye afya

生病/健康

haramu / kisheria

非法/合法

akili / kijinga

聪明/愚笨

kushoto / kulia

左/右

karibu / mbali

近/远

mpya / kutumika

新/旧

kitu / jambo

没有/有些

zee / changa

老/幼

waka / zima

开/关

wazi / fungwa

打开/合上

utulivu / kelele

安静/吵闹

tajiri / masikini

富/穷

sahihi / kosa

对/错

mbaya / laini

粗糙/光滑

huzunika / furahia

伤心/高兴

fupi /ndefu

短/长

polepole / haraka

慢/快

nyevu / kavu

湿/干

joto / baridi

温暖/凉爽

vita / amani

战争/和平

0

sufuri

零

1

moja

一

2

mbili

二

3

tatu

三

4

nne

四

5

tano

五

6

sita

六

7

saba

七

8

nane

八

9

tisa

九

10

kumi

十

11

kumi na moja

十一

12

kumi na mbili

十二

13

kumi na tatu

十三

14

kumi na nne

十四

15

kumi na tano

十五

16

kumi na sita

十六

17

kumi na saba

十七

18

kumi na nane

十八

19

kumi na tisa

十九

20

ishirini

二十

100

mia

百

1.000

elfu

千

1.000.000

milioni

百万

Kiingereza

英语

Kiingereza cha Marekani

美式英语

Kimandarini cha Uchina

普通话

Kihindi

印地语

Kihispania

西班牙语

Kifaransa

法语

Kiarabu

阿拉伯语

Kirusi

俄语

Kireno

葡萄牙语

Kibengali

孟加拉语

Kijerumani

德语

Kijapani

日语

mimi

我

wewe

你

yeye / yeye / ni

他/她/它

sisi

我们

wewe

你们

wao

他们

nani?

谁？

nini?

什么？

jinsi gani?

怎样？

wapi?

哪里？

lini?

什么时候？

jina

名字

nyuma

后面

katika

里面

mbele ya

前面

juu ya

上方

kwenye

上面

chini ya

下面

kando

旁边

kati

中间

mahali

地点